મૃદુલ મન નું દર્પણ

મૃદુલ શુકલ (મૃદુલ મન)

Mrudul Man Nu Darpan (Gujarati)
પ્રથમ આવૃત્તિ: ઓગસ્ટ 2022
ભારતમાં મુદ્રિત

ફોન્ટ: શ્રુતિ

ISBN: 978-93-94603-34-9

કવર ડિઝાઇન: જયા લોખંડે

STORYMIRROR
Stories that reflect you

પ્રકાશક: સ્ટોરીમિરર ઇન્ફોટેક પ્રા. લિ.
7મો માળ, એલ તારા બિલ્ડીંગ, ડેલ્ફી બિલ્ડીંગની પાછળ,
હિરાનંદાની ગાર્ડન્સ, પવઈ, મુંબઈ,
મહારાષ્ટ્ર - 400076, ભારત.

Web: https://storymirror.com
Facebook: https://facebook.com/storymirror
Twitter: https://twitter.com/story_mirror
Instagram: https://instagram.com/storymirror
Email: marketing@storymirror.com

પ્રસ્તાવના

નમસ્કાર, શ્રી મૃદુલ શુક્લ એટલે મારા પિતાશ્રી. મારા હૃદયમાં એમનું એક અનોખુ સ્થાન છે. એમનું નામ "મૃદુલ" નામ પ્રમાણે એમનું હૃદય ઘણુજ કોમળ પણ મન બહું જ મજબૂત.

આમ, તો તેઓ નાના હતા ત્યારથી જ નાની નાની શાયરી અને મુક્તકો લખતા. નાના હતા ત્યારથી જ એમને સાહિત્યમાં ઊંડો રસ હતો, તેઓ ત્યારે નવલકથાઓ પોકેટબૂક, ડિટેક્ટિવ વાર્તાઓ ખૂબ જ વાંચતાં.

એમની બૅંકની નૌકરી માંથી નિવૃત થયા પછી સમય મળતા ફરી એમનું કવિ હૃદય જાગૃત થયું. એમના મનમાં ચાલતી વિચારોની ઘટમાળ અને હૃદયની લાગણીઓ કાવ્ય રૂપે કાગળ પર ટપક્વા લાગી. બૅંકની નૌકરીમાંથી નિવૃત થયા પછી સમયનો સદઉપયોગ કરી વધુમાં વધુ કાવ્યોની રચના થવા લાગી.

એમના "મૃદુલ મન"ની ભાવનાઓ એમના "મૃદુલ મનના દર્પણ"માં દેખાવા લાગી. એમના કાવ્ય "સૌગઠી", "મનની વાત", "ખબર નથી પડતી" એમની ગઝલ "છૂટકો નથી", "ઝખમ" ખરખર એમના દિલની ભાવના રજૂ કરે છે. એમની માતાજી પ્રત્યેની શ્રદ્ધા અને ભક્તિ એમના લખેલા માતાજીના ગરબાઓમાં દેખાય આવે છે. આજે "માતાજી" ની અને સાઈબાબાની અસીમ કૃપા અને પ્રેરણાથી એમનો કાવ્ય સંગ્રહ "મૃદુલ મનનું દર્પણ" તમારી સમક્ષ પ્રકાશિત કરતાં મને બહું જ ખુશી થાય છે. આશા છે આપ સર્વે આ કાવ્યોનું રસપાન કરશો અને તમારો અભિપ્રાય જરૂરથી આપશો.

અંતમાં મારા પિતાશ્રી મૃદુલ શુક્લ (મૃદુલ મન)ને આ કાવ્યસંગ્રહ પ્રકાશિત કરવા બદલ ખૂબ ખૂબ અભિનંદન અને આપણા સૌની શુભેચ્છા.

સૌ. ધ્વનિ મહેતા

અનુક્રમણિકા

"ગરબા"

દીકરીનો અહેસાસ

હજી પણ ગુંજે છે તારા પાયલ ઘરમાં,
ભાસે છે મધુર વાણીનો રણકાર ઘરમાં,
કંગનનો અવાજ હજી પણ ખનકે છે,
ડોર બેલ વાગે તો તારા આવવાના અહેસાસથી,
દિલ આ ધડકે છે.

ખાલી આ ઘરમાં,
તારી હાજરીનો અણસાર લાગે છે,
વાસણ જો ખખડે,
તો તું હોવાનો અહેસાસ લાગે છે.

વર્ષો વીતી ગયા પણ,
હમણાં જ વિદાય કરી તેવું લાગે છે,
છતાં પણ આ મૃદુલ મન માયામાં અટવાય છે,
જિંદગી મારી ત્યાંજ થંભી ગઈ તેવું વરતાય છે.

★★★

તારી ચાહત

મહેબૂબની આખોમાં જોવુ, તો મારી દુનિયા દેખાય,
લોકો સુખની એક પળ શોધે, મને હજાર મળી જાય.

આ તો કેવી મહોબત છે, દિલ બે છતાં એક થઈ જાય,
એક કાંઈ બોલે એ પહેલા જ,બીજાને સમજાય જાય.

હસીન એક મુલાકાત માટે, આ દિલ અધીર થઈ જાય,
સ્મિત જોઈ તમારુ, હર પ્રશ્નોના જવાબ મળી જાય.

જોઈ તને, આ જીવન જીવવાનુ બહાનુ મળી જાય,
હસીન તારી યાદથી, એક સુહાનુ સ્વપ્ન બની જાય.

મૃદુલ મનને બસ તારી હાનો જો ઈશારો મળી જાય,
તારી ચાહતમાં આ જિંદગી આમ જ ફનાહ થઈ જાય.

★★★

તો મને ગમે

પ્રેમમાં હવે વાછટ મને નથી ગમતી,
કોઈ ધોધમાર વરસી પડે તો મને ગમે.

તમારી રાહ જોવી મને નથી ગમતી,
અચાનક મુલાકાત થાય તો મને ગમે.

મારી જિંદગીની જૂની કિતાબ નથી ગમતી,
નવા કોઈ પાના એમાં ઉમેરાય તો મને ગમે.

જૂની કોઈ ગઝલ હવે મને નથી ગમતી,
નવી કોઈ ગઝલ લખી શકું તો મને ગમે.

ખ્વાબોમાં તમારી ઝલક મને નથી ગમતી,
રૂબરૂ મુલાકાત તમારી થાય તો મને ગમે.

પ્રેમના એકરારમાં ધીરજ મને નથી ગમતી,
મૃદુલ મનનો તુરંત એકરાર થાય તો મને ગમે.

★★★

ગઝલ

ગઝલ મારા વિચારોની હવે ગૂંથવી છે,
શબ્દની માળા બનાવી છંદમાં લખવી છે.

શબ્દને માપથી મૂકી બરાબર ઘૂંટવી છે,
સુંદરતા શબ્દોથી સજાવી લખવી છે.

અદા તારી નજરમાં કૈદ હવે કરવી છે,
કહાની ગઝલમાં આપડી હવે લખવી છે.

નથી હોતી તું તો એ હોય છે ખ્યાલોમાં,
સપનમાં જે કરી વાતો એ મારે લખવી છે.

તુ જો મળશે તને દિલની દશા કહેવી છે,
મૃદુલ મનમાં હતી જે વાત એ લખવી છે.

★★★

"ખબર ક્યાં છે ?"

માસુમ આ દિલને, ખબર ક્યાં છે,
નજરોથી પણ પ્રેમમાં કતલ થાય છે.

શું કહું હું તમને, તમને ખબર ક્યાં છે,
ખામોશી પણ તમારી બોલી જાય છે.

ઈન્તઝાર શુ છે, તમને ખબર ક્યાં છે,
જોવા ઝલક તમારી દિલ તરસી જાય છે.

પતઝડ જિંદગીની તમને ખબર ક્યાં છે,
તમારું આવવુ મોસમ બદલી જાય છે.

વિરહની વેદનાની તમને ખબર ક્યાં છે,
મીલનની આશમાં જિંદગી ખોવાઈ જાય છે.

★★★

"ઈશ્ક"

ઈશ્ક ના કર દિલને કહ્યુ હતુ,
પણ દિલે ક્યાં એ માન્યુ હતુ.

તારી મારી પ્રીત છે અનોખી,
લોકોએ ક્યાં એ જાણ્યુ હતુ.

મારા દિલની વાત તે જાણી લીધી,
ખબર નહી દિલે એવુ શું કહ્યુ હતું.

દિલ થયુ જ્યારે ઘાયલ ત્યારે,
ખબર પડી પ્રેમની રમત રમ્યુ હતું.

દર્દ જુદાઈનુ સમજાયુ જ્યારે,
આંખોથી આંસુ સરી પડ્યું હતુ.

★★★

"ઝંખના"

ઝંખના કોઈની કરવી એ તો અહેસાસ છે,
પ્રેમનો આ તો પહેલો એકરાર છે.

ઇશ્ક કરવો નથી પડતો એ તો થઈ જાય છે,
આતો દિલની દિલથી થતી વાત છે,
.......ઝંખના કોઈની કરવી એ તો અહેસાસ છે.

જિંદગીમાં મળે છે ઘણા અજનબી,
જે આપણા હોય તે અલગ થાય છે,
.......ઝંખના કોઈની કરવી એ તો અહેસાસ છે.

મળતુ નથી કોઈ એમ જ આ જગમાં,
એ મળે ત્યારે દિલમાં કંઈ અલગ થાય છે,
.......ઝંખના કોઈની કરવી એ તો અહેસાસ છે.

મળે ત્યારે ખબર નહી દિલને શું થાય છે,
દિલની વાત દિલમાં રહી જાય છે,
.......ઝંખના કોઈની કરવી એ તો અહેસાસ છે.

મળો તમે તો મૃદુલ મન વિચલિત થઈ જાય છે,
આ જિંદગી તમારે નામ થઈ જાય છે,
.......ઝંખના કોઈની કરવી એતો અહેસાસ છે.

★★★

“તમે..........”

નયન રાખો મ્યાનમાં એ કત્લ કરીને જાય છે,
નાજુક દિલ પર જખમ એ ગહરા કરીને જાય છે.

આમ જ ધડકન દિલની મારી વધારી જાય છે,
સુંદર આ તારી અદા પાગલ કરીને જાય છે.

મુખડુ મનોહર જોઈને આ મનડુ હરખી જાય છે,
આંખની તારી અદા ઘેલો કરીને જાય છે.

વગર બોલે ઘણું તમારા નયન બોલી જાય છે,
મોસમ તું આવીશ ઈશારો કરીને જાય છે.

મિલન આપડું ગઝલના સૂર તાલ આપી જાય છે,
વિરહ તારો મૃદુલ મનને ઘા કરીને જાય છે.

★★★

"માપી શકે"

સમુદ્રની ગહરાઈ સરખી કોણ છે ? માપી શકે,
ગઝલનું ઊંડાણ ખાલી, કવિ જ તો માપી શકે.

પ્રેમ જેના હોય દિલમાં, એજ તો સમજી શકે,
લાગણીઓ હૃદયની, પ્રેમી જ તો જાણી શકે.

પ્રેમની આ વેદના, પ્રેમી જ તો સમજી શકે,
મિલનનો આનંદ, પ્રેમીઓ જ તો માણી શકે.

દાવ પર દિલ છે હવે, રમત સનમ તુજ રમી શકે,
પ્રેમમાં હાર જીત, તારો ફેસલો આપી શકે.

આદત પડી છે તમારી, કેમ દિલ ભૂલી શકે,
વિરહ તારો મૃદુલ મનનો, ભાવ તો ઝાંખી શકે.

★★★

"સપન એક વાવશું"

પાનખરમાં વસંત, એક લાવશું હવે,
જિંદગીની હર પળ, અમે માણશું હવે.

ભલે હાર થાય કે જીત થાય હવે,
રમત આ પ્રેમની અમે રમશું હવે.

દુનિયા ભલે કરે સવાલો અમને હવે,
પ્રેમમાં એમનો મલાજો પાળશું હવે.

થઈ રહી છે આ જિંદગી ભલે પુરી હવે,
અંત સુધી એમની પાછળ દોડશું હવે.

છે ખબર કે જિંદગીની રાહ કઠિન છે હવે,
તોયે **મૃદુલ મન**માં સપન એક વાવશું હવે.

★★★

"આંખોમાં સનમ તારી"

હું જો સ્વપ્ન બનીને આવુ આંખોમાં સનમ તારી,
જગાડી પ્રેમ દિલમાં વસુ હું આંખોમાં સનમ તારી.

ઝુકાવી દે તુ પલકો ને ચહેરો જોઈ ખ્વાબમાં તારી,
અદાઓ રોજ જોવા આવુ આંખોમાં સનમ તારી.

હકીકત જાણશે જ્યારે તું જોઈને તરફ મારી,
દશા જોવા અધિર છે મન આ આંખોમાં સનમ તારી.

મળે જો પ્રેમની આ ચમક જોવા આંખમાં તારી,
સદાએ જોઉં દિલની વાત આંખોમાં સનમ તારી.

નથી જોઈ શકતુ આ દિલ ઉદાસી આંખમાં તારી,
મૃદુલ મનની નજર છે સ્થિર આંખોમાં સનમ તારી.

★★★

"તૂટે જો દિલ"

દિલ જે તોડે એમનુ, કાંઈ બગડતુ જ નથી,
દિલ તૂટે જેમનુ, એમનુ કાંઈ પણ બચતુ જ નથી.

છે બહું જાલિમ આ દુનિયા,કાંઈ નહિ સમજે,
કારણ એમાં એમનુ કાંઈ પણ જતું જ નથી.

દિલ આ ઘણુ નાજુક છે, દર્દથી એ ભરપુર છે,
તૂટે જો દિલ આ તો પછી જલદી સંધાતુ જ નથી.

વિરહની આગમાં તડપી ઉઠે છે બંનેના દિલ,
મિલનમાં એકબીજા સિવાય કાંઈ દેખાતુ જ નથી.

બધાના મૃદુલ મન કાંઈક અલગ જ છે,
સ્વાર્થ વિના લાગણી કોઈ જતાડતું નથી.

સુખમાં બહું છકી જાય ભુલી પ્રભુ આ દુનિયા,
દુ:ખ સિવાય પ્રભુને કોઈ સંભારતુ જ નથી.

★★★

"કિનારા"

જોયા બે કિનારાને આજે વાતો કરતા,
ખળ ખળ મોજાઓથી સંદેશો આપતા.

દૂર છે છતાં એક છે આ કિનારા,
બે જિસ્મ એક જાન છે આ કિનારા.

પ્રેમ એમનો છે કંઈક અલગ,
દૂર રહીને પણ વધે પ્રેમ સળંગ.

મોજાઓ ફરી વળ્યા કિનારા પર,
મીટાવી ન શક્યા અસ્તિત્વ જમાના પર.

સૂરજ આથમે એક કિનારે,
ચાંદ ઉગે બીજા કિનારે.

કુદરતના આ કરિશ્માને હું જોયા કરુ,
દીવાદાંડીના અજવાળે ટકે જીવન મારું.

★★★

"પ્રેમની હાર"

હાર હું માનુ નહી અને જીતવા કોઈ દેતુ નથી,
રુશવા કર્યા વગર જમાનામાં કોઈ રહેતુ નથી.

સાંભળ્યુ હતુ કે પ્રેમમાં હારવામાં જીત છે,
પણ હું દિલ હારીને પણ જીતી ના શક્યો.

અફસોસ કે તમે મને સમજી ના શક્યા,
મારા સવાલનો જવાબ આપી ના શક્યા.

મળવુ હતુ તમને પણ રાહ ખોટી પકડાઈ ગઈ,
ગુલાબની શોધમાં કાંટાઓ વાગતા રહ્યા.

નજરો ખોવાઈ ગઈ અને હું ભૂલો પડયો,
વાગી એક ઠોકર અને **મૃદુલ મન**નો ભુક્કો થયો.

★★★

"કહી દઉ તમને"

દિલને એક વાત કહેવી છે, જે કહી દઉ તમને,
જોઈ તમને, ધડકે છે આ દિલ, કહી દઉ તમને,
......દિને એક વાત.

નથી કોઈ કાબુ હવે દિલ પર, એ કહી દઉ તમને,
નથી કોઈ પાસવર્ડ દિલનો, કે લોક કરી દઉ તમને,
......દિલને એક વાત.

નથી આ જિંદગી રહી હવે મારી, થઈ ગઈ છે તમારી,
પતજડમાં આવી પ્રેમની મોસમ, એ કહી દઉ તમને,
......દિલને એક વાત.

સમય નહોતો કરવા વાતો દિલની એ કહી દઉ તમને,
હવે મળી છે ફુરસદ, તો કરી દઉ દિલની વાત તમને,
.......દિલને એક વાત.

કઠિન દિવસો મૃદુલ મનના, વીતી ગયા તમ સંગમાં,
મનમાં જે છે, એ દિલની વાત કહી દઉ તમને,
........દિલને એક વાત.

★★★

"કોને કહું"

તને જોઈ થયો હું પાગલ, કોને કહું?
પીધા વગર ચડયો છે નશો કોને કહું?

ઝીલ્યા કાતિલ બાણ તારી નજરોના,
દિલ થયુ ઘાયલ કોને કહું?

દિલ જતુ રહ્યુ હ્રાથથી, ખબર ના પડી,
લાગણીઓના મોજા ફરી વળ્યા.

તારી આંખોની ગહ્રરાઈમાં ડૂબી ગયો,
દિલ થયુ ઘાયલ કોને કહું?

તારી વાત કરવામાં ગઝલ રચાઈ ગઈ,
દોસ્તી આપડી જગતમાં ચર્ચાઈ ગઈ.

વાતો લોકોની સાંભળી,
દિલ થયુ ઘાયલ કોને કહું?

લોકોને ખુશ રાખવામાં જિંદગી વીતી ગઈ,
"મૃદુલ મન" કેટલીએ વાર થયુ ઘાયલ, કોને કહું?

ઘાયલ આ દિલને કોઇ એક મુકામ મળ્યો છે,
જિંદગીમાં હ્રવે વિરામ મળ્યો છે, કોને કહું?

★★★

"છૂટકો નથી"

કઠિન છે રાહ જિંદગીની, ચાલ્યા વગર છૂટકો નથી,
મોત મંઝિલ છે એની, પામ્યા વગર છૂટકો નથી,
....કઠિન છે રાહ,

પ્રશ્નો છે ઘણા જિંદગીમાં,
જવાબ આપ્યા વગર છૂટકો નથી,
.....કઠિન છે રાહ

મારગે મળ્યા તમે, સાથે ચાલ્યા વગર છૂટકો નથી,
પ્રેમની રમત જીતવા,દિલ હાર્યા વગર છૂટકો નથી,
....કઠિન છે રાહ.

પ્રેમ છે તમને, તો સમજ્યા વગર છૂટકો નથી,
આદત છે તમારી તો પામ્યા વિના છૂટકો નથી,
....કઠિન છે રાહ.

એકલા આવ્યા અને, જવાનું એકલા નિશ્ચિત છે,
સાથ તમારો છોડ્યા વગર છૂટકો નથી,
....કઠિન છે રાહ.

મૃદુલ મન ઘણુ મજબૂત છે,
મોતને હાથ હેઠા મૂક્યાં વગર છૂટકો નથી,
.....કઠિન છે રાહ.

★★★

"જોઈ તમને"

ફરતી આ નજર જોઈ તમને અટકી ગઈ,
મળી ચાર આંખ અને આ નજર ઝૂકી ગઈ,
હોઠોમાં હલકું સ્મિત છવાયું,
અમારી જિંદગી આમ જ બની ગઈ.

પલક એક જપકત,
કેટલીય વાતો થઈ ગઈ,
દિલે દિલથી કરી લીધા કેટલાયે વાદા,
આ આંખો ઊંઘવાનું ભૂલી ગઈ.

જોઈ લીધા કેટલાયે દિવાસ્વપ્નો,
પૂરા કરવામાં જિંદગી આમ જ વીતી ગઈ,
સંસાર સાગરમાં અધવચ્ચે,
જિંદગી તરવાનું ભૂલી ગઈ.

હવે જિંદગીની સંધ્યાએ,
સાથ તમરો પામીને,
જીવનની હર ઇચ્છાઓ,
પૂરી થઈ ગઈ.

★★★

પીંજરુ

બંધ પિંજરામાં રહેવાનુ દર્દ હવે સમજાય છે,
આઝાદી ઊડવાની કેવી હતી મજા હવે સમજાય છે.

દરિયાના પાણીની જેમ મુક્ત બની વહેવાની,
આકાશ ભણી ઉછળી નીચે પડી ફરી ફરી વહેવાની,
પથ્થરથી ટકરાઈ પાછા ફરી સમુદ્રની લહેરોમાં,
ભળી જવાની મજા હવે સમજાય છે.

મન બિચારુ કૈદ પીંજરામાં, મુક્ત બની વિહરે,
ચારેકોર અથડાઈ, ભટકાંઈ ફરી પાછુ આવે કૈદ થવા દિલડામાં,
બંધ બારણે બેસી રહે ઉડયા કરે ખ્યાલોમાં,
દર્દ દિલનુ અશ્રુના મોજા બની આંખોથી સરી પડે,
એ દર્દનો એ એહસાસ દિલને હવે સમજાય છે.

કિનારે આવી બેઠુ છે મૃદુલ મન આ,
મૃગજળમાં માછલા પકડવા મથે છે,
સંબંધોની લહેરો ક્ષણિક સ્પર્શી જાય હ્રદયમાં,
ફરી મન ભળી જાય સંસારની મોહમાયામાં,
ફરી કૈદ થઈ જાય દેહ રૂપી પિંજરામા.

★★★

"ભુલી ગયો"

મળ્યો ઘણાને, પોતાને મળવાનુ જ ભુલી ગયો,
કોણ છે તુ ? શું ચાહે છે, એ પુછવાનુ ભુલી ગયો.

હંમેશાં પુરુષાર્થ કરી મેં કર્યું મેં કર્યુ કરતો રહ્યો,
પણ પ્રારબ્ધમાં શું લખ્યુ છે, એ જોવાનું ભુલી ગયો.

સાચુ સુખ શું ? શોધવા ચારેકોર ભટકતો રહ્યો,
મનમાં જે સન્તાયુ છે, એને બહાર શોધતો રહ્યો,
લાગણીઓ ઘણી છે, દિલમાં છુપાવાનુ ભુલી ગયો.

લોકો રૂઠતા રહ્યા અને હું હંમેશાં મનાવતો રહ્યો,
ઈશ્વર મનમાં જ છે, ગુરુએ સમજાવ્યું એ ભુલી ગયો.

હંમેશા મંદિર - મસ્જિદમાં એને શોધતો રહ્યો,
હર માનવીના લોહીનો રંગ લાલ છે ભુલી ગયો.

મજહબના નામ પર, લોકોને લડતા હું જોતો રહ્યો,
મૃદુલ મન લખવા બેઠુ તો શબ્દો ભુલી ગયો.

ઉપમાઓથી ગઝલ બની ગઈ ને હું જોતો રહ્યો,
સમય બહું ઓછો રહ્યો છે હવે હાથમાં ત્યારે,
ઇશ્વર પાસે જવાની તૈયારી કરવાનુ ભુલી ગયો.

★★★

“મન અધીર થઈ ગયું.”

નજરથી મળી નજર, આ દિલ ઘાયલ થઈ ગયુ,
જોઈ તને છે જયારથી, આ દિલ તારુ થઈ ગયુ.

જિંદગીના કોઈ મોડ પર તારી મુલાકાત થઈ કશે,
પામવા તને આજીવન, મન અધીર થઈ ગયુ.

સમય જો વીતી જશે, તો જિંદગી અધૂરી રહી જશે,
પળ વીતાવવા તારી સાથે, આ મન અધીર થઈ ગયુ.

દિલને હું ના રોકી શક્યો, હાથથી સરકી ગયુ,
પારેવુ બની પ્રીત કરવા આ મન અધીર થઈ ગયુ.

જિંદગીની રાહ પર જે થવાનુ હતુ તે થઈ ગયુ,
સાથ તમારો પામવા આ મન અધીર થઈ ગયુ.

"મૃદુલ મન "માં તસ્વીર તારી ઉતરી ગઈ,
આજીવન સાથે વીતાવવા મન અધીર થઈ ગયુ.

★★★

"તારી આદત જે પડી ગઈ છે"

આદત જે પડી ગઈ છે તારી કેવી રીતે જશે,
થોડા આ દિવસોમાં પ્રેમની જે કૂંપળો ફૂટી છે,
બસ હું અને તું એકલા, બીજું કોઈ નહીં,
સાથે ચાની ચૂસકી લેવાની,
આદત જે પડી ગઈ છે કેવી રીતે જશે.

ટશન આ પ્રેમની,
લોકોની નજરે ચડી છે,
બંધ બારણે પ્રેમની આ રમત રમવાની,
આદત જે પડી ગઈ છે કેવી રીતે જશે.

નથી કોઈ સવાલો કે જવાબો,
હોઠ બંધ રાખી, વાત આંખોથી કરવાની,
આદત જે પડી ગઈ છે કેવી રીતે જશે.

ચોવીસ કલાક સાથે રહેવાની,
આદત જે પડી ગઈ છે કેવી રીતે જશે.

★★★

"આ શુ ઓછી વાત છે ?"

જોઈ તમને હું તમારો થઈ ગયો,
દિલ તને આપી દીધું, હું ખાલી થઈ ગયો,
આ શુ ઓછી વાત છે?

સપ્તપદીના વચનો એક બીજાને આપી દીધા,
ભલે નિભાવી ન શક્યો, એકમેકને સહી લીધા,
આ શુ ઓછી વાત છે?

જીવન આખું સોંપી દીધું એક બીજાને,
સુખ દુ:ખ વહેચી લીધા સરખે ભાગે,
આ શુ ઓછી વાત છે?

નહોતું કશુ મારી પાસે કે તારી પાસે,
દિલ એકમેકને આપી, એક ઘર બનાવી દીધું,
આ શુ ઓછી વાત છે?

"મૃદુલ મન" જ્યારે પણ મૂંઝાયું,
તારો સાથ હું પામી ગયો,
આ શુ ઓછી વાત છે?

★★★

"ખબર નથી પડતી"

ક્યાંરે કોઈને શું કહેવું ખબર નથી પડતી,
દિલમાં રહેલી વાત બહાર કાઢવાની ખબર નથી પડતી.

આંખો અને ચેહરો બધુ બયાન કરી દે છે,
બંધ હોઠોની વાત છુપાવવાની ખબર નથી પડતી.

હૂં તો એવો જ છું,
મને દુનિયાદારીની ખબર નથી પડતી.

એમ કહી લોકો ચૂપ કરી દે છે,
એમને સમજાવવાની મને ખબર નથી પડતી.

લોકો કહે છે સંસાર છે આમ જ ચાલ્યા કરે,
દિલમાં જે દર્દ છે છુપાવવાની ખબર નથી પડતી,

મૃદુલ મનની લાગણીઓ કાવ્યમાં વ્યક્ત થઈ જાય છે,
કઠોરતા છુપાવવાની મને ખબર નથી પડતી.

★★★

"યાદ બચપનની"

વાત બચપનમાં કરેલી, યાદ આવી જાય છે,
ઉમર પચપનમાં મને, એ સાદ પાડી જાય છે.

નાવ આ મારી કિનારે, ડૂબતી જોઈ મને,
નાવ કાગળથી બનેલી, યાદ આવી જાય છે.

શહરના નાના ઘરો, આકાર ને જોઈ મને,
રેતમાં મહલ બનેલા, યાદ આવી જાય છે.

તારુ છે કે મારુ, કાંઈ હતુ નહી એ સમયમાં,
બધુ જ હતુ આપડું, સમય એ યાદ આવી જાય છે.

મૃદુલ મનમાં માનચિત્ર, હજી પણ પસાર થાય છે,
સમય વીતેલો હજી પણ, યાદ આવી જાય છે.

★★★

"વાત શરૂ થઈ"

નયથી મળ્યા નયન, ને વાત શરૂ થઈ,
હોઠો પર સ્મિત આવ્યુ, ને વાત શરૂ થઈ,
પલક ઝૂકીને દિની વાત કહેતી ગઈ,
ઝલક તારી જોવા આંખ તરસી ગઈ,
........નયનથી મળ્યા નયન....

ધીરે ધીરે વાત છતી થઈ,
લોકોની નજરે ચડી ગઈ,
શિકાયત લોકોની વધતી ગઈ,
આપડી બંધ કિતાબ ખુલી ગઈ,
.......નયનથી મળ્યા નયન....

પામવી તને અઘરી છે,
એ વાત મને સમજાય ગઈ,
લોક લાજે તારી હા,
ના માં ફરી ગઈ,
........નયનથી મળ્યા નયન...

મહોબતની રાહમાં,
મૃદુલ મન ખોવાઈ ગયું,
પામીને પણ તને પામી ના શકયો,
ઈન્તઝારમાં તારી, જિંદગી પૂરી થઈ,
........નયનથી મળ્યા નયન..

★★★

"પહેલો વરસાદ"

પહેલો વરસાદ છે જરા, એમાં પલળી તો જો,
તન મન ભીંજાઈ જશે, આભ નીચે આવી તો જો.

ખૂબ તપ્યો તો તાપમાં હવે, અમી વર્ષાની ઠંડક માણી તો જો,
રોમ રોમ પુલકિત થઈ જશે, ફુલની જેમ ખીલી તો જો.

ભીની માટીની આ સોડમ જરા માણી તો જો,
પાણીના ખાબોચિયામાં છબછબીયાની મજા લઈ તો જો.

આ તો પ્રેમ છે, ક્યારે પડી જઈશ એમાં ખબર નહિ પડે,
દિલની આ લાગણીનો રસ ચાખી તો જો.

તરબોળ થઈ જશે જિંદગી, પ્રેમમાં પડી તો જો,
છલકતો જામ છે આ, જરા નશો કરી તો જો.

ઝૂમી ઉઠશે "મૃદુલ મન" તારુ,
જિંદગીમાં આ પ્રેમની મોસમ માણી તો જો.

★★★

"વરસાદી વાયરો"

વરસાદી વાયરો વાયો રે, વરસાદી વાયરો વાયો,
ગગનથી સંદેશો આવ્યો રે, ગગનથી સંદેશો આવ્યો,
મેઘ ગગનમાં જામ્યો રે,પ્રભુનો નાદ ગાજયો,
વરસાદી વાયરો વાયો રે, વરસાદી વાયરો વાયો.

ઘેરાયા વાદળોને અંધકાર છવાયો, સૂરજ ક્યાં છુપાયો?
ધરતી ખીલી ઉઠી, ને શીતળ પવન ફૂંકાયો,
વરસાદી વાયરો વાયો રે, વરસાદી વાયરો વાયો.

કોયલનો ટહુકો ગાજયો, દૂર વગડામાં મોરલો નાચ્યો,
પંખીઓ એ કલશોર કર્યો, **મૃદુલ મન**નો મોરલો નાચ્યો,
વરસાદી વાયરો વાયો રે, વરસાદી વાયરો વાયો.

ઝરમર મેહુલિયો વરસ્યો, ભીની માટીની સોડમ લાવ્યો,
યૌવન ચડી હિલોળે, પ્રેમની મોસમ લાવ્યો,
વરસાદી વાયરો વાયો રે, વરસાદી વાયરો વાયો.

★★★

"વરસાદી મોસમ"

સૂરજ વગર પડે સવાર, અને ચાંદ વગર પડે રાત,
આવુ તો બને ત્યારે, જ્યારે વર્ષે મોસમી વરસાદ.

મન પલળી ગયુ અને કલમ કાગળ પર દોડી ગઇ,
ઘૂંટાએલ લાગણી શબ્દોથી, કાગળ ભીંજવી ગઈ.

આમ ઝરમર ના વરસ, વરસાદ છે તુ, મન મૂકી વરસ,
ભીતરમાં હરિયાળી લાવી, લાગણીઓ દિલની ભીંજાવ.

મનનુ આ ઉપવન મહેકી ઉઠે, ફુલ દિલનુ ખીલી ઉઠે,
ટપ ટપ પડતા વરસાદમાં, સરગમ દિલની ગુંજી ઉઠે.

અચાનક આવ્યુ આ તોફાન, ઘનઘોર ઘટા છવાઈ ગઈ,
વરસ્યો તુ મૂશળધાર, ધરતી પર તારાજી છવાઈ ગઈ.

મોસમની મજા પળભરમાં, ઉદાસીમાં ફેરવાઈ ગઈ,
દિલમાં આવ્યુ એવુ તોફાન, લાગણીઓ તણાઈ ગઈ.

એક બાઢ આવી ને, મૃદ્દલ મનની લાગણીઓ ડૂબી ગઈ,
સૂરજ વગરની સવાર પડી, અને સોનેરી સ્વપ્ન તોડી ગઈ.

★★★

"બીન મોસમ વરસાદ"

અચાનક જિંદગીમાં થયું તમારુ આગમન,
આ વાદળી બિન મોસમ આમ જ વર્ષી ગઈ.

ફરી આ દિલની લાગણીઓ ભીંજાઈ ગઈ,
પતઝડની મોસમમાં પ્રેમઋતુ આવી ગઈ.

આકાશથી વરસ્યુ અમી તમારા સ્વાગતે,
ભીની માટીની ખુશબૂ ચોતરફ ફેલાઈ ગઈ.

ટપ ટપ પડતી બુંદ બુંદમાં સૂર તામારો ભળી ગયો,
આંખ મટકાવી વીજળી તસ્વીર તમારી પાડી ગઈ.

જોઈ તમને આજ ચાંદ પણ શરમાય ગયો,
પોતાનો કાળો ડાઘ છુપાવા વાદળ પાછળ છુપાઈ ગયો.

મૃદુલ મનને મળી ગઈ પ્રેરણા આજે,
અને આમ જ ગઝલ લખાઈ ગઈ આજે.

★★★

"ઋતુ વરસાદની"

ઋતુ વરસાદની આવી, ઋતુ વરસાદની આવી,
ઘનઘોર ઘટા છે જામી, મોસમ આ પ્રેમની આવી,
ઋતુ વરસાદની આવી, ઋતુ વરસાદની આવી.

પ્રેમની વાછટથી હૈયું ભીંજાયુને,
વાયરામાં પ્રીતમનો સંદેશો લાવી,
ઋતુ વરસાદની આવી, ઋતુ વરસાદની આવી.

પ્રેમીઓના મનના મોરલા ટહુક્યા ને,
ચાતકે આકાશે મીટ છે માંડી,
ઋતુ વરસાદની આવી, ઋતુ વરસાદની આવી.

હૈયામાં નીર પ્રેમના ઉભરાયા,
અંતરમાં ઊંડી આશ છે જાગી,
ઋતુ વરસાદની આવી,ઋતુ વરસાદની આવી.

નદી એ કિનારા છોડ્યા છે આજે,
નેવે મૂકી લાજ લાગણી છે નાચી,
ઋતુ વરસાદની આવી,ઋતુ વરસાદની આવી.

મૃદુલ મનમાં આવી છે લાગણીની હેલી,
એક જ છત્રીમાં ભીંજાઈ લાગણી આજે,
ઋતુ વરસાદની આવી, ઋતુ વરસાદની આવી.

★★★

"સાવનની પળ"

મન પળલે આવું ભીંજાવું છે,
કમોસમના આ વરસાદમાં,
પુરાની એ હસીન યાદોમાં ખોવાવું છે,
અચાનક મળેલી આ સાવનની પળોમાં,
બચપનની જેમ પચપનમાં ભીંજાવું છે.

એજ તું અને એજ હું,
આંખોના ઇશારે થતી એ પ્રેમની પરિભાષા,
જીવન સંધ્યાની આ પળોમાં,
ગહરાઈ પ્રેમની માપવા,
કુપળની જેમ શબનમથી ભીંજાવું છે.

છલકાતા આકાશની અમૃત ધારામાં,
ધરતીની જેમ ભીંજાવું છે,
હરિયાળી છવાઈ ગઈ,
ખીલેલા ફૂલોમાં,
ભીની માટીની સોડમ છવાઈ ગઈ.

ચકલીના માળામાં,
પાછા ફરતા ચકલાની ચિચિયારી સાંભળી,
સંસાર સાગરમાં,
મૃદુલ મન પલળે ત્યાં સુધી ભીંજાવવાની,
આશા ફરી જાગી ગઈ.

★★★

"સોગઠી"

છે સોગઠી રમતમાં, તો સીધી ચલાવ્યા કરો,
આડાઅવળા ચાલશો, તો ફનાહ થઈ જશો,
હર મનમાં છે તનાવ, એની સાથે લડ્યા કરો,
જીતવી હોય આ રમત,પ્રભુચરણે નમ્યા કરો.

મુશ્કેલ આ ઘડીમાં, સંવેદના ધડકતી રાખો,
સ્વજનોના સથવારે, સોગઠી રમતી રાખો,
જીવન ખેલ શતરંજનો, ચાલ એની સમજો,
હારો ભલે એકવાર, બાજી ફરી માંડતા શીખો.

જિંદગી ખેલ ચૌપાટનો, ઈશ્વર ચલાવે એ ચાલો,
પાસા ભલે પાડીએ આપડે, પણ પ્રભુ પાડે દાણો,
સોગઠી બધા પોત પોતાની સાચવીને ચાલે,
મૃદુલ મનની સોગઠી પણ પ્રભુ કૃપા એ ચાલે.

રામ જેનો છે રખેવાળ એને કોઈ ન મારે,
જેની બાજી પ્રભુશરણે, સોગઠી એની રમતી રાખે.

★★★

"ઝખમ"

ગહેરા ઝખમ દિલના, હંમેશાં હું સંતાડી રાખુ છુ,
ક્યારેક એકલતામાં, આંખોથી હું વહાવી નાખુ છુ.

દર્દ થાય છે દિલમાં ઘણુ, તો હું સહન કરી નાખુ છુ,
રુદન મારુ દબાવી,હું હંમેશા હસીમાં ફેરવી નાખુ છુ.

ખબર છે દિલ પર પડેલો ઝખમ, જલદી રુઝાતો નથી,
ઘાવ નાસુરના બને એટલે, દિલ હંમેશા સાફ રાખુ છુ.

દર્દ વધે નહી ઝખમોથી, એનુ ખાસ ધ્યાન રાખુ છુ,
દર્દ ઓછુ કરવા ઝખમનુ, પ્રેમનો મલમ સાથ રાખુ છુ.

સ્થિર મનથી મળેલા ઝખમ, હંમેશા જોયે રાખુ છુ,
મળેલુ દર્દ હું હંમેશા, પ્રભુ ચરણે ધરાવી નાખુ છુ.

મને ખબર છે ઈશ્વર, આસાનીથી એમ મળતો નથી,
એટલે હંમેશા ઈશ્વરને, હું મૃદુલ મનમાં કૈદ રાખુ છુ.

★★★

"સમય"

સમય છે તુ, આમ ઝડપથી બદલાયા ના કર,
સાથે ચાલવુ મારે, તું આગળ ભાગ્યા ના કર.

પરછાઈની જેમ પાછળ, મને દોડાવયા ના કર,
થાકયો છુ હવે હું, થોડો પોહરો તો લેવા દે.

દોડાવી દોડાવી બધાને તું ઓછો ના પડ,
જાણી લે, તારી સાથે મારે પણ બદલાવુ પડે.

ભૂતકાળમાંથી વર્તમાનમાં આવવુ પડે,
નવી પેઢી સાથે તાલ મેળવતા રહેવુ પડે.

તું વીતી ગયા પછી વેડફાઈ ગયો એમ લાગે,
તું જતો રહે પછી યાદ તારી મને સતાવે.

કોની પાસે તું કેટલો છે એ ખબર નથી,
પણ **મૃદુલ મન** પાસે છે એટલો ઘણો છે.

★★★

"મુંબઈમાં આવોને શ્યામ"

શ્યામ તું ફરી આ ધરતી પર આવને,
મુરલી મનોહર તારી સંભળાવને,
શ્યામ તું ફરી આ ધરતી પર આવને.

ગોકુલ મથુરામાં જોઈ તારી લીલા,
હવે તું મુંબઈમાં એકવાર આવને,
શ્યામ તું ફરી આ ધરતી પર આવને.

મથુરાના મહેલમાં તું ખૂબ રહ્યો કાના,
એકવાર મુંબઈની ચાલીમાં આવને,
શ્યામ તું ફરી આ ધરતી પર આવને.

ચોખ્ખા દૂધ માખણ તે ખૂબ આરોગ્યા,
એકવાર અમૂલનો સ્વાદ ચાખને,
શ્યામ તું ફરી આ ધરતી પર આવને.

સોનાના રથમાં તું ખૂબ ફર્યો,
હવે મુંબઈની લોકલમાં આવને,
શ્યામ તું ફરી આ ધરતી પર આવને.

સતયુગમાં તે કૌરવોને કળથી હરાવ્યા,
એકવાર મુંબઈના રાજકરણમાં આવને,
શ્યામ તું ફરી આ ધરતી પર આવને.

નરસિંહના કંઠે તું વસ્યો તો વ્હાલા,
એકવાર મૃદુલ મનમાં આવને,
શ્યામ તું ફરી આ ધરતી પર આવને.

★★★

"શિવજી"

શિવશંકર તુજ કૃપા, જગ પર સદાએ રાખજે,
ઝેર પીને અમૃત, જગ માટે સદાએ રાખજે.

રોજ દૂધ પાણી ચડાવી, હું કરુ આરાધના,
હાથ જોડી નમુ, સહારો તુજ સદાએ રાખજે.

મારુ કાંઈ છે નહીં, તમને શું આપવુ શંકરા!
નામ મારા અધર પર, આપનુ સદાએ રાખજે.

ઝેર પીતા જિંદગીમાં, તે જ શીખવ્યું શંકરા,
અમૃત રસ ને જીભ પર, મારી સદાએ રાખજે.

સાંજ સમયે જિંદગીમા, એક વચન તું આપજે,
મૃદુલ મનમાં આગમન, આપનુ સદાએ રાખજે.

★★★

"પ્રભુ તારા સહારે"

જિંદગી જ્યારે પ્રભુ તારા સહારે જાય છે,
હર મુશ્કિલ ઘડી હવે તારા સહારે જાય છે.

પાછલી આ જિંદગીમાં રોજ મન અટવાય છે,
પ્રભુ તારો સાથ મારા મન વહારે થાય છે.

નાવ મારી આમ તટ પર કેમ ડૂબી જાય છે,
કોપ દરિયાનો હંમેશા દૂર કિનારે જાય છે.

જોઈ લીધા કેટલાએ સંકટ મજધારમાં,
કેમ તું મને મધદરીયામાં ડુબાડે જાય છે.

સફર મારી શરૂ હવે થઈ, મોક્ષવાળા માર્ગમાં,
મૃદુલ મન પ્રભુ શોધવા તમને શ્રદ્ધાએ લઈ જાય છે.

★★★

"ક્યાં શોધુ તને ?"

લૉકડાઉન છે, પણ મન મારુ ઉડ્યા કરે,
નથી રહેતુ બંધ પિંજરામાં,ચારેકોર ભટક્યા કરે.

ચક્ષુઓ શોધવા તને, આમ તેમ ફરતા રહે,
ચંચળ આ મન, ભીતરમાં, તને શોધ્યા કરે.

કહેવાય છે કે તું માનવીના મનમાં વસે છે,
હે ઈશ્વર નજીક છે તું આટલો મારાથી,
તો સાદ મારો તને કેમ સંભળાતો નથી.

સંજીવની લાવ્યા'તા શોધી હનુમાનજી,
મંદિરમાં છુપાઈને તું બેઠો છે રામજી.

ક્યા શોધુ હવે હું તને ?, મંદિરો તો બંધ છે,
"મૃદુલ મન" થી નીકળી ક્યાં સંતાયો છે?
ભુલતો નહી, જવાબ આપવા ભક્તોને, તું બંધાયેલો છે.

★★★

"પ્રભુ સાથે સંવાદ"

એકાંતમાં બેસી વિચારું,
પ્રભુ સાથે સંવાદ કરું,
વીતેલી જિંદગીની ફરીયાદ કરું,
સારા વીતેલા સમય કરતાં,
મુશ્કેલીઓની વાત કરું.

અનુભવની પરછાંય જોઈ,
તડકા - છાયાની વાત કરું,
હું બોલું અને પ્રભુ તું સાંભળે,
એવી મિત્રતા ગાઢ કરું.

નથી કોઈ એવું કે જેની પાસે,
દિલ ખોલી હૃદય હલકું કરું,
તું જ એક આધાર હવે,
તું જ ના સાંભળે તો,
તારી ફરિયાદ ક્યાં કરું.

પાછળ ફરી હવે જોતો નથી,
મુસાફરીમાં વ્યોમ હવે લાગતો નથી,
મંઝિલ ભણી જીવન સરકી ગયું,
ક્યારેક તું મળીશ તો વાત કરશું,
થયેલા અન્યાયનો ન્યાય કરશું,
આપડી મિત્રતા ગાઢ કરશું.

★★★

"શું ફરક પડશે"

હે પ્રભુ ! તારું જ અસ્તિત્વ જયાં વિમાસણમાં છે,
તો હું રહું કે ના રહું શું ફરક પડશે,
પ્રભુ તું છે છતાં નથી,
જિંદગી થોડી ટૂંકી થઈ જશે તો શું ફરક પડશે.

જો તું નથી તો જીવી હું પણ શું કરું,
પ્રમાણ પૂછશે લોકો તો શું આપીશ,
જિંદગી જો આમ જ ચાલવાની હોય,
તું હોય કે ના હોય શું ફરક પડશે.

બધુ જાણવા જોવા છતાં,
આંખે પટ્ટી બાંધી બેઠો છે,
નેટવર્ક જો તારું મળવાનું જ ના હોય,
તો શું ફરક પડશે.

પ્રાર્થના કરી થાક્યા ભક્તો હવે,
તારું મૃદુલ મન જો પિગળવાનું જ ના હોય,
તો શું ફરક પડશે.

લોકોને હવે ઇન્તેઝાર છે,
તારી કૃપા વરસાવે તો બહું ફરક પડશે.

★★★

"હરિ તુજ આપજે"

પ્રભુ તારા નામનો સહારો તુજ આપજે,
સમય આવે તારવા દર્શન હરિ તુજ આપજે.

સમય ઓછો છે હવે ત્યારે સમજાય છે,
સમજ સાચા મોક્ષની મને હરિ તુજ આપજે.

પ્રસાદી પ્રેમની ધરાવુ ચરણે હરિ રોજ હું,
સંકટ સમયે સમજ સહી હરિ તુજ આપજે.

અરજ મારી સાંભળી તુરંત દોડી આવજે,
જીવનમા શાંતિ હવે મને હરિ તુજ આપજે.

કૃપા તારી વરસતી સદા મુજ પર રાખજે,
મૃદુલ મનને સ્થાન ધામમાં હરિ તુજ આપજે.

★★★

"શ્રી કૃષ્ણલીલા."

કેટલીયે લીલા જોઈ તારી, વધુ એક તું બતાવી દે,
જન્મ લઈ ફરી એક વાર, કરોનાને ભગાવી દે,
બહુ સહ્યૂ ભક્તોએ તારા,પરચો તારો બતાવી દે,
ચક્ર સુદર્શન ચલાવી તારુ, દુશ્મનને તું હરાવી દે.

નથી મળતો કોઈ ઈલાજ, જડીબુટ્ટી તું લાવી દે,
સારથી બની અમારો, યુધ્ધ આ જીતાડી દે,
સુદામા થઈ ઉભા દ્રવારે લોકો,જાદુનીજપ્પી આપી દે,
લીલા અપરંપાર છે તારી, ફરી એક વાર દેખાડી દે.

અવતરી ફરી આ કળયુગમાં, પ્રેમનો સંદેશો આપી દે,
રાધા બની છે બેકરાર, મધુર મોરલી તારી વગાડી દે,
વર્ષા ની આ મોસમ મા, પ્રેમ નો આલાપ લગાવી દે,
ગોવિંદા થયા છે ગાંડા, માખણની મટકી તું ફોડી દે.

દહી માખણની લૂંટ કરાવી, જીવન અમૃત પીવડાવી દે,
મૃદુલ મનની હુંડી સ્વીકારી, નરસિંહની જેમ તારી દે.

★★★

"પ્રભુ પાસે અરજી"

પ્રભુ હું તો મૂકું મારી અરજી,
બાકી હવે આગળ તારી મરજી,
કર્મ કરીને છૂટી જાવ હું તો,
પાપ કરીને માગું મુક્તિ... પ્રભુ હું તો મૂકું મારી અરજી.

મૃદુલ આ મન ચંચળ બન્યું,
મોહ માયની જાળમાં ફસ્યુ,
મન મંદિરમાં તને બેસાડુ,
મોહ માયાથી ખુદને છોડાવું,.. પ્રભુ હું તો મૂકું મારી અરજી.

જીવન- મરણ વચ્ચે જન્મના ખેલ,
કર્મભૂમિ પર અથાગ પરિશ્રમનો કેર,
કોરો કાગળ મળ્યો પ્રભુ હાથે,
રંગ તો ભરવા રહ્યા આપડે,.. પ્રભુ હું તો મૂકું મારી અરજી.

સ્વર્ગમાં જવા સૌ કોઈ તૈયાર,
પણ મારવા માંગે ના કોઈ,
માર્યા વગર ના મળે મુક્તિ,
મૃદુલ મનની છે આ પરિભાષા... પ્રભુ હું તો મૂકું મારી અરજી.

★★★

"ખામોશી"

ખામોશી હંમેશાં કાંઇ પૈગામ આપી દે છે,
એકબીજાના દિલની પહેચાન આપે છે,
વગર કહે ઘણું કહી દે છે,
પ્રેમ સંદેશાની શરૂઆત આમ જ આપે છે.

નથી રોકાતું દિલ કોઈને રોકયે,
દિલની હર ધડકન,
પ્રેમના સૂરનો આલાપ આપે છે.

પ્રભુ આ સૂરની સરગમ બધાને,
જિંદગીમાં એક વાર બધાને આપે છે,
જે સમજી શકે તે પ્રેમની સૌગાત પામે છે.

ક્યારેક ખામોશી ગુસ્સાનો પ્રતિસાદ આપે છે,
પ્રેમમાં બલિદાન માંગે છે,
ખામોશ આ દિલ જુદાઇ માંગે છે,
કલયુગમાં પ્રેમીઓ એકબીજાનો જાન માંગે છે.

★★★

"માનવી"

દેહના પીંજરામા બંધ થઈ, હંમેશા જીવ ઘુટાતો રહ્યો,
સંબંધોની જાળમાં માનવી, હંમેશા ફસાતો રહ્યો.

જિંદગીથી થાકી માનવી, હંમેશા લડતો રહ્યો,
દર્દ છુપાવી આંખોમાં, હંમેશા એ હસતો રહ્યો.

મરજી પોતાની છોડી, બીજાની પૂરી કરતો રહ્યો,
માનવી હંમેશા, દુનિયાદારીમાં અટવાતો રહ્યો.

જીવનની હોડમા હંમેશા, ક્ષિતિજને આંબવા મથતો રહ્યો,
માનવ પોતે જ હંમેશા, એકબીજાને નડતો રહ્યો.

મૃદુલ મન હંમેશા, સત્ય સમજાવતુ રહ્યુ બધાને,
છેવટે માનવે મળવાનુ છે રાખમાં, શાને ઉપાધી વહોરતો રહ્યો.

★★★

"જિંદગી"

જિંદગી સુંદરતા તારી હસાવે, કઠોરતા તારી રડાવે,
સ્વપ્નો જિંદગી સજાવે, ઈચ્છાઓ મનની વધારે,
ભલે હોય તું જેવી છે તેવી, ભલે હોય ગમે તેવી,
પણ તુ મને બહું ગમે છે.

દુઃખમાં તું મને દોડાવે, સુખમાં તું નાચ નચાવે,
આવે ભલે ચડતી પડતી, રમત આ રામ રમાડે,
ભલે હોય તું જેવી છે તેવી, ભલે હોય ગમે તેવી,
પણ તું મને બહું ગમે છે.

નશો ચડે મને તારો, પીવુ હું તને ધીરે ધીરે,
માદકતા તારી માણી, બોલુ હું ધીમે ધીમે,
ભલે હોય તું જેવી છે તેવી, ભલે હોય ગમે તેવી,
પણ તું મને બહું ગમે છે.

કડવા ઘૂંટ તારા, ગળે ઉતારી પીવું, ભલે તું સતાવે,
ના હારે આ **મૃદુલ મન**, જિંદગી છે જીવવા જેવી,
ભલે હોય તું જેવી છે તેવી, ભલે હોય ગમે તેવી,
પણ તું મને બહું ગમે છે.

★★★

"લાંબી વાર્તા"

કહાની કી એવી લખાઇ ગઈ,
જેનો કોઈ અંત નથી,
કિરદાર વધતાં જાય,
એને આપવા કોઈ રોલ નથી.

જિંદગીનું આ નાટક અદભુત છે,
કલાકારનો રોલ પૂરો થઈ જાય,
પણ વાર્તાનો કોઈ અંત નથી.

પડદો રોજ ફરી ખૂલે છે,
દ્રશ્યોમાં કરુણતા સિવાય નવી કાઇ નથી,
રાજકારણીઓની જવાબદારી ફૂટબોલ રમે છે,
દર્દીઓ હુંતુતુતુ રમી થાક્યાં છે.

એમના મૃદુલ મન લાઈન પાર નથી કરી શકતા,
હોસ્પિટલોના બિલના ભારથી દબાય જય છે,
જનતા હવે હારતી જાય છે.

★★★

"મંધ્યાન્તર"

જિંદગીમાં એક નવો વળાંક આવી ગયો,
વ્યસ્ત જિંદગીમાં મંધ્યાન્તર આવી ગયો,
વાર્તા પહોંચી પરાકાષ્ટાએ,
અંત એનો હરિ ઇચ્છાએ.

રંગ અનેક જોઈ લીધા,
મજદૂરોની કરુણતાએ,
આંખમાં આંસુ લાવી દીધા,
પ્રેમ છવાય ગયો ઘર ઘરમાં,
પણ રોજી રોટીના વાંધા થઈ ગયા.

ગણતરી જિંદગીની નહીં,
પણ મૌતની થવા લાગી,
રાજકરણીઓની ગંદી રમતમાં,
જનતાની હાર નકકી છે.

મૃદુલ મન કહે છે આતો મંધ્યાન્તર છે,
ખરું પિક્ચર હજી બાકી છે.

★★★

"યમરાજ મન"

મન મારુ યમરાજ બની ફરવા નીકળ્યું,
બીજાઓના જાણ લેવા નીકળ્યું,
દુ:ખમાંથી બધાને છોડાવી દઉ,
સ્વર્ગમાં સીધા પહોંચાડી દઉ.

હોસ્પિટલમાં જઈ દર્દીને પૂછ્યુ,
માર્ગમાં અકસ્માત થયો ત્યારે પૂછ્યું,
ગરીબોની ઝુંપડીમાં પૂછ્યું,
અમીરોના મહેલોમાં પૂછ્યું.

જંગલોમાં પ્રાણીને પૂછ્યું,
કલરવ કરતા પક્ષીઓને પૂછ્યું,
સતાધારી નેતાઓને પૂછ્યું,
સંસારના હર જીવને પૂછ્યું.

મૂંગા, બહેરા, આંધળા માનવને પૂછ્યું,
બધા મુસીબતોથી લડતા હતા,
પણ જિંદગીથી પ્યાર કરતા હતા,
સ્વર્ગ બધાને જોઈતું હતું,
પણ મરવા કોઈ તૈયાર નહોતું,
આજે મૃદુલ મનને જિંદગીનું મહત્વ સમજાયું.

★★★

"યમરાજના પ્રતિભાવ"

જગ ફરી આ મૃદુલ મનનો યમરાજ,
પ્રભુ પાસે પાછો ફર્યો,
પ્રભુએ પૂછ્યું સ્વર્ગ આપડું ખાલી છે,
ખાલી હાથે કેમ પાછા ફર્યા.

પ્રભુ મને માફ કરો,
પૃથ્વી પર લોકોના દિલ સાફ કરો,
તમારી મુકેલી માયાનો સંહાર કરો,
જગ આખું દુઃખી છે,
તારી કૃપા વગર જીવવું કઠિન છે.

છતાં લોકો કરે છે જિંદગને પ્યાર,
સાચા સુખની ખબર નથી,
તારા સ્વર્ગની એમને જરૂર નથી,
ધરતી પર રચ્યુ છે તેમણે પોતાનું સ્વર્ગ.

તારી મૂર્તિ મંદિરમાં પૂજય છે રોજ,
મોહમાયાએ વાર્તાવ્યો છે કેર,
તારા માટે લોકોના દિલમાં જગ્યા નથી,
મૃત્યુ સામે રોજ લડી લે છે,
પૃથ્વી પર જ સ્વર્ગની મજા માણી લે છે.

★★★

"મૃત્યુ પછી"

મૃત્યુ પછી આત્મા વિલીન થાય,
ભસ્મ બને આ દેહ,
જ્યોતિ બની બીજે જન્મે,
એક તરફ શોક, બીજે ખુશી જન્મે.

અમર આ આત્મા ખોળિયું બદલે,
જ્યોતિ એની ના કોઈ જોઈ શકે,
સાંભળેલી વાતો માનવી પડે,
સદગત આત્મા માટે શાંતિ પ્રાર્થના કરવી પડે.

કપાય આ જીવનના કર્મો,
માયા થી મુક્ત બન્યો આત્મા,
આત્માથી પરમાત્માની ખેડવા સફર,
સ્નેહીઓથી દૂર થયો.

આંસુ ના વહાવો એની પાછળ,
ગીતના શ્લોક દોહરાવીએ,
સદગત એ આત્માને,
મોક્ષને દ્વાર પોહચાડીએ.

★★★

“દિલની ધડકનનો વ્યવહાર”

દિલની હર ધડકનનો વ્યવહાર અલગ છે,
બચપણમાં જન્મ થવાનો દીલને અહેસાસ છે,
સ્કૂલમાં પરીક્ષા અધરી હોવાનો અભાષ છે,
કોઈને જોઈને દિલ ધડકે, તો જવાનીનો અહેસાસ છે.

કોઈને જોઈ દિલ ધડકન ચૂકી જાય,
તો પ્રેમ થવાનો એકરાર છે,
આમ, દિલની હર ધડકનનો અલગ વ્યવહાર છે.

રણ મેદાનમાં વધી જાય તો આક્રમણનો પૈગામ છે,
હસ્તમેળાપમાં જો ધડકે તો,
નવા જીવન સાથીનો સહકાર છે.

પ્રેમ મિલનમાં ધડકે ત્યારે,
કોઈ નવું આવવાનો અણસાર છે,
હસી - ખુશીમાં ધડકે તો,
જિંદગીમાં આનંદનો અવકાશ છે.

ગભરાટમાં ધડકે તો પત્નીનો અધિકાર છે,
ધડકતા ધડકતા થાકે તો બુઢા થવાનો ગભરાટ છે,
અને બંધ થઈ જાય જો ધડકન, તો મૃત્યુનો અંધકાર છે,
આમ જીવનમાં હર ધડકનનો અલગ વ્યવહાર છે.

★★★

"જીવન ચક્ર"

અંધકારમાં પ્રવેશું છું અજવાળાની આશાએ,
સમય જોઈને લાગે કે હજી ઘણી વાર છે,
પક્ષીઓનો કલરવ સંભળાય ત્યારે,
પરોઢિયાની શીતળતા છવાય છે.

આ બધુ જિંદગી માણે અનુભવે,
ત્યાં કંચન કાયા સૂરજના તાપથી શેકાય,
તડકા-છાયાની મોહ-માયામાં માનવ જીવન અટવાય,
નવા પાન અને ફળ માટે માનવનું જીવન વૃક્ષ ભટકાય.

ત્યાં તો સાંજ પડે અને બુઢાપાની સંધ્યામાં જીવન ભરખાય,
આમ માનવીના મૃદુલ મનનું,
જીવન ચક્ર પૂરું થઈ જાય.

વિશ્રામ નથી લેતું આ જીવન,
સતત ચાલતું રહે છે,
જે થાકે તેને પાછળ મુકતું રહે છે,
પ્રભુ પાસે છે એની ચાવી, સમય આવે ત્યારે બંધ કરી દે છે.

ક્ષિતિજ જેવી છે મોક્ષની આ મંઝિલ,
પામવા તેને માનવી તડપતો રહે છે,
લથડી પડે છે જીવનમાં મંજિલ આંબી નથી શકતો,
અને અધવચ્ચે જીવનમાં મૃત્યુને ભેટી પડે છે.

★★★

"મનની શાંતિ"

જીવને એનું કામ કરી લીધું,
હવે મૌતને એનુ કામ કરવા દો,
તરફડી રહ્યું મન હવે આ પિંજરામાં,
મોક્ષ મેળવી એને આઝાદીથી ઉડવા દો.

હર પળ જીવતા મૃત્યુ દૂર કરતાં રહ્યા,
કરીબ જવા છતાં તેને હડસેલતા રહ્યા,
મંજિલ આખરી એજ છે છતાં,
પહોંચવામાં ઢીલ કરતાં રહ્યા.

મેળવ્યુ ઘણું આ જીવનમાં,
કઈક આવું ખોવાયું કે જડતું નથી,
કદાચ એજ મનની શાંતિ છે,
મૃત્યુ પછી જ માનવને એની પ્રાપ્તિ છે.

★★★

"માનવ ચિંતા"

ચિંતા તું કરે શીદને માનવ,
હરી ઈચ્છા એ તરુવર ડોલ રે,
ચિંતા આપી પ્રભુને શરણે,
હર પળ જિંદગી માણી લે.. ચિંતા તું...

જિંદગી આપી છે જે પ્રભુએ,
કાળજી પણ એ લેશે રે,
સમય આપડો પૂરો થતાં,
દોર એ ખેચી લેશે રે.. ચિંતા તું...

કુદરતે આ માયા રચી,
મોહ માય તું છોડી દે,
જન્મ મૃત્યુ પ્રભુને હાથે,
શાને ઉપાધિ વહોરે રે.. ચિંતા તું...

મનમાં વસાવી સાઈ તારા,
દિલ સૌના તું જીતી લે,
મૃદુલ મનની છે આ વાચા,
જીવન પ્રભુને નામે રે.. ચિંતા તું...

★★★

"અંતિમ સમજ"

જીવન માર્ગમાં આજ ધૂમસ છવાયું,
આગળ શું આવસે કંઈ ના દેખાયું,
અજાણ્યા માર્ગમાં જીવન ભટકાયું,
માયામાં આ મૃદુલ મન અટવાયું.

સંકટ દેખાય અને થર થર કંપારી થાય,
કપટથી માનવીનું મન ભરાયું,
હું હું ના અહંકારથી મન ઘવાયું,
દિવા નીચે અંધારું છવાયું.

પ્રભુની લીલા અપરંપાર દેખાય,
સર્વત્ર હરિયાળી છવાય. નવો દિવસ ઉગ્યો,
સૂર્યનો ઝળહળતો પ્રકાશ મળ્યો,
પ્રભુની લીલા થઈ અને ધૂમસ વિખરાયું.

સાચી મંજિલ અને માર્ગ મળ્યો,
જિંદગીની ગાડી મારી આમ જ હંકારી,
અફસોસ એટલો થયો કે,
જિંદગીનું અંતિમ સ્ટેશન આવ્યું અને આ સમજાયું.

★★★

"શહેરની મોહમાયા"

પ્રકૃતિનો એક ભાગ બનવુ મારે,
વગડામાં પંખીઓની જેમ ચહકવુ મારે,
શહેરથી દૂર હરિયાળીમાં,
આઝાદીની ખુલી હવા માણવી મારે.

ઘુટાઈ રહ્યો શ્વાસ મારો,
શહેરની ભીડમાં ખોવાઈ ગયો સમય મારો,
મારી જાતને હું શોધુ ભીડમાં,
અસ્તિત્વ મારુ શોધુ શહેરમાં.

શોધ્યુ જડે નહી, રળ્યું પૂરુ પડે નહી,
એક સાંધુ ત્યાં તેર તૂટે,
મારા મનની ધીરજ ખૂટે,
તોયે મોહમાયા શહેરની ન છૂટે.

શહેરની લીલા ન્યારી,
બસ ટ્રેનમાં ભીડ ભારી,
ચાલે નહી દોડે આ જિંદગી,
મરી મરી રોજ જીવે માનવી.

રોજ નવા સ્વપ્ન લે આકાર,
માનવ મૂકે દોટ કરવા સાકાર,
ઘર એક બનાવવા માનવી,
જિંદગી આખી ઝઝુમે આ શહેરમાં.

રહે **મૃદુલ મન** બધા વચ્ચે તોયે,
એકલો અટુલો હું આ શહેરની ભીડમાં.

★★★

"દોસ્તોની મહેફિલ."

યાદોની મહેફિલમાં,
નામ દોસ્તોનુ પહેલુ આવે છે,
ભલે મલ્યા ના હોય વર્ષો વીતે,
કમી એની હમેશાં સાલે છે.

એકાંતની પળોમાં ગુજરેલો વક્ત યાદ આવે,
સમય સમયે પુરાના દોસ્ત યાદ આવે,
જિંદગીની એ સોનેરી પળ કદી વિસરાય નહી,
સમય વિત્યો, બધા વિખરાય ગયા.

પોતાના કામકાજ, પરિવારમાં વ્યસ્ત થયા,
દિલના એક ખૂણામાં સંતાઈ ગયા,
જીવન સંધ્યાએ ફરી દોસ્તોની મહેફિલ જામી,
આજે એંકાંતમા ફરી એમની યાદ આવી.

ચાલો ફરી પહેલાની જેમ મળીએ દોસ્તો,
પોત પોતાના મૃદુલ મનની વાતો કરીએ,
પુરાની શરારતો ફરી યાદ કરીએ.

★★★

"અંધજન"

રસ્તામાં એક અંધજન જોયો,
લાકડીના અવાજે ચાલતો જોયો,
બીજાને દિશા પૂછતો જોયો,
મંજિલ પોતાની શોધતો જોયો.

માર્ગમાં સીધો ચાલતો જોયો,
મંઝિલ એની સાંધતો જોયો,
રંગીન આ દુનિયાથી અનજાન છે,
આંખો વિના એની જિંદગી વિરાન છે.

ઠોકરોથી બચવાની હિંમત અપાર છે,
બીજી શક્તિઓનો સંચાર વધારે છે,
પ્રભુ સામે એની ફરિયાદ હજાર છે,
છતાં જિંદગી જીવવાનો આનંદ અપાર છે.

આંખો વાળો અંધજન એણે જોયો નથી,
છતી આંખે ઠોકર ખાતો જોયો નથી,
માર્ગમાં આંધળી દોટ મૂકે છે,
મંઝિલ શોધવા ભટકે છે.

દુનિયાના રંગીન ચશ્મા પહેરી,
સ્વાર્થ સાંધવા છતી આંખે આંધળો બને છે,
ભગવાનના દરબારમાં તેની માંગો વધારે છે,
આંખ વગરના આંધળા કરતાં, પાંગળો એ વધારે છે.

★★★

"હોળી"

રંગ એવો લગાડો કે કદી ઉતરે નહીં,
સંગ એવો કરો કે કદી તૂટે નહીં,
હોળી એવી પ્રગટાવો કે અહંકાર બળે,
જિંદગી એવી જીવો કે લોકો યાદ કરે.

દિલને લાગણીનો,
જીભને સાચી વાણીનો,
મનને સાચું વિચારવાનો,
આંખોને સારું જોવાનો,
રંગ એવો લગાડો કે કદી ઉતરે નહીં.

જીવન સંસારમાં પ્રભુ ભક્તિનો,
તન મનને આનંદમાં રહેવાનો,
બાળકોને વડીલોની સેવાનો,
નેતાઓને દેશપ્રેમનો,
જાનતાને દેશભક્તિનો,
હોળીમાં ગુલાબી ગાલો પર ગુલાલનો.

મારા ચાહકોને મૃદુલ કવિતાનો,
રંગ એવો લગાડો કે કદી ઉતરે નહીં.

★★★

“રંગોનો ઉત્સવ”

તું હતી સંગને, પ્રેમ ઉત્સવ હતો,
કૃષ્ણની પ્રીતનો, આજ વૈભવ હતો.

રંગ રાધા મુખે, બહું જ ઘેરો હતો,
પવિત્ર આ પ્રેમ, દુનિયાનુ ગૌરવ હતો.

ભાવના કેસુડાની, ઉડે ગગનમાં,
ચમનમાં આજ, રંગીન કલરવ હતો.

દહન હોળીનુ થાય, બળે કામના,
અવનવા રંગનો, પણ મહોત્સવ હતો.

મારુ દિલ ઘેલુ હતુ, સનમ તુજ રંગમા,
મૃદુલ મનનો જ, પ્યારો મહોત્સવ હતો.

★★★

"રંગ હોળીના"

રંગ તારા પ્રેમનો તારા નયનથી જ છલકે છે,
ઊર્મિઓના રંગ પણ મારા નયનથી જ છલકે છે.

રંગ નિખરી નિકટતાનો મુખપર ઘણો જે ચમકશે,
રંગ આ રાતો ગુલાબી ગાલ પર તારા જ ચમકે છે.

લાગણીના તાર દિલથી મધુર ધુન તારી રણકશે,
આંખમાંથી આંસુ હર્ષના કેમ તારા જ ટપકે છે.

રંગ હોળીના તમારા ગાલ પર આમ જે નિખરશે,
રંગ મોસમનો તમારા આવવાથી જ નિખરે છે.

રંગ હોળીના તમારા રંગથી કસુંબલ થઈ જશે,
મૃદુલ મન આજે હવે કેસરિયુ થઈને જ મલકે છે.

★★★

“રમશું અમે હોળી”

અવનવા આ હોળીના રંગમાં,
અસલી ગુલાલનો રંગ ખોવાઈ છે,
લકડાઓથી પ્રગટેલી આ હોળીમાં,
ભક્ત પ્રહ્લાદનો, ભક્તિનો રંગ ખોવાય છે.

હોળી રે હોળી પૂર્ણા ચી પોળીમાં,
અસલી ઘીનો રંગ ખોવાય છે.
માનવોની મેદની વચ્ચે આ દુનિયામાં,
માનવતાનો રંગ ખોવાય છે.

પચાસ વર્ષોની મળેલી સ્વતંત્રતામાં,
આઝાદીનો રંગ ખોવાય છે,
ખુરશીમાં બેઠેલા નેતાઓમાં,
ગાંધીજી નો અહિંસાનો રંગ ખોવાય છે.

હિંસા, જાતિવાદ અને સ્વાર્થ ના બાળી લાકડા,
પ્રગટાવશું એકતાના પ્રતિક સમી એક જ હોળી,
પ્રેમ, માનવતા, અહિંસાના મૃદુલ રંગો ભેળવી,
અસલી ગુલાલથી રમશું અમે આજ હોળી.

★★★

"ઉત્તરાયણ"

આસમાનની બદલાઈ મોસમ, રંગબેરંગી ઉડી પતંગ,
નયનથી નયન મળ્યા,પેચ દિલના ધાબામાં લડયા,
પ્રેમની દોરીથી આસમાને,પતંગ દિલના ઉડયા,
અરમાનોને આવી પાંખ, ઊંચે આકાશે ઉડ્યા,
...... આસમાનની બદલાઈ મોસમ

હવામાં ઝુમતી પંતગ, લડતી જાએ પવન સંગે,
સર સર ચીરતી જાય હવાને, ઊઁચે ઉડતી જાય આકાશે,
ટીચકી મારી ચડે ઊંચે, માનવનુ સર ગર્વથી કરે ઊંચે,
ટકે નહી કોઈનુ અભિમાન, પળમાં કાપી પાડે નીચે,
...... આસમાનની મોસમ

વાતો કરે વાદળોથી, ધરતીની કથા સંભળાવે,
પ્રભુને શોધે આસમાને, કહેવા દિલની વાત પ્રભુને,
મૃદુલ મનની પંતગ જો લથડે, પ્રભુની ટીચકીથી ઊડે,
પડે નીચે ભલે વારે વારે, પ્રભુ કૃપાએ ફરી ચડે ઊંચે,
...... આસમાનની બદલાઈ મોસમ

★★★

"આવને સખી ધાબે"

ઊડે રંગ બેરંગી પતંગ આસમાને આજે,
આવને સખી તું જોવાને ધાબે.

ઊડે આજે સપના આપડા આસમાને,
આવને સખી તું જોવાને ધાબે.

છોરો ને છોરી આજે બન્ને છે ધાબે,
પ્રેમનો પંતગ આજે ઊડશે આસમાને,
આવને સખી તું જોવાને ધાબે.

વાટ જોઈ હું તો થાક્યો,
અરમાનોની દોરીને પ્રેમનો પતંગ હું લાવ્યો,
આવને સખી તું જોવાને ધાબે.

મૃદુલ મન આજે ચગ્યું આસમાને,
પેચ લડાવી તારી આંખોથી તરસ્યું આજે,
આવને સખી તું જોવાને ધાબે.

કપાય જો મારા દિલની પતંગ આજે,
થામી લેજે તારે હાથે,
આવને સખી તું જોવાને ધાબે.

★★★

"મનની વાત"

ઘણીએ વાતો છે મનમાં, હવે તો કહી દે,
સંકોચ ન કર મન, બચપનથી રૂંધાયુ છે.

કેટલીયે વાતોથી તું, મનોમન મૂંઝાયું છે,
કિતાબોમાં ઉલઝાયુ, કસોટીથી ગભરાયુ.

દિલ કહેતુ જિંદગી જીવવા,રાહ હશે મારી,
જિંદગીની ભુલભુલૈયામાં, આ મન અટવાયુ.

રાહ આવી જે સામે, બસ ચાલી નીકળ્યું,
ભૂલી મનોરથ ખુદના, જગ સાથે જોડાયુ.

ફરજ કરવા અદા, દુનિયાદારીમાં અટવાયુ,
વાગી ઘણી ઠોકરો, દર્દ એ દિલમાં સમાયુ.

પામવાને મજિલ મન, જમાનાથી ટકરાયુ,
પ્રભુ કૃપાએ મૃદુલ મન આનંદથી લહેરાયુ.

★★★

"યુધ્ધ"

આ મંદ મંદ પવન ફૂંકાયો, વસંતમાં,
આવી જશે જ પાનખર, હવે વસંતમાં.

આ થયુ યુધ્ધ અચાનક, થયુ શું જગતમાં,
શાતિર ઘણો સમય, ન રહેશો ગફલતમાં.

શહીદો થયા ઘણા જ, જવાનો મુહીમમાં,
બરબાદ થાય આજ, ઘણા દેશ જગતમાં.

ભાગી રહ્યા બધા, બચવા રાજકરણમાં,
આ કેવુ ગંદુ રાજકરણ, રાજરમતમાં.

મળશે શું, આ યુધ્ધ કરવાથી મઝારમાં,
મૃદુલ મન થયું ઉદાસ હવે, આજ જગતમાં.

★★★

"જિંદગી પેલે પાર"

ઝરમર આ ઝાકળ બુંદ બની વરસે,
ભગવાનનું અમી ઝરણું અમૃત બની ટપકે,
સર્વત્ર હરિયાળી ચમકી ઉઠે,
માટીની સોડમ મહેકી ઉઠે.

ધૂંદ બની વાતાવરણ,
કુદરતનું સૌંદર્ય છુપાવે,
ધીરે ધીરે ફેલાતો સૂર્યનો પ્રકાશ,
કુદરતનો હસીન નજારો બતાવે.

મૃદુલ મન જીવવા તરસી ઉઠે,
સૃષ્ટિ આખી આંખોમાં વસી જાય,
ભલે આવે હવે આંધી કે તુફાન,
તડકો પડે કે છાવ.

રાત્રિના ભયંકર અંધકારથી,
મૃદુલ મન હવે ડરતુ નથી,
કારણ સંસાર સાગરમાં,
સુખ દુ:ખનો વરસાદ ઝેલી,
જિંદગી પેલે પાર પહોંચી ચૂકી છે.

★★★

"આવી છે ફરી દિવાળી"

આવી છે ફરી દિવાળી, દૂર થયુ હવે અંધારું,
મનની કરી સફાઈ, ફેલાવો હવે અજવાળુ.

વાણી મીઠી મીઠી બોલી, વહેચો શબ્દોની મીઠાશ,
આંનદની કરો લ્હાણી,ન રાખશો એમાં કોઈ કચાશ.

ફિકરની કરો આતશબાજી, ઉડાવો એના ધુમાડા,
ખુશીઓની આવશે રેલી, કરો એના ફુવારા.

ઉમ્મીદની કરો રોશની, દિપ જલાવો શ્રધ્ધાના,
લક્ષ્મીની કૃપા વરસે, કરો આતમમાં અજવાળા.

નવી આશાઓના કિરણોથી ઉગશે નવુ પ્રભાત,
મૃદુલ મન સૌના જીવનમાં લાવશે નવો પ્રકાશ.

રામજીને કરી યાદ મનાવીએ દિવાળી આજ,
કામ, ક્રોધ, મદ, મોહ મારી સ્થાપીએ રામ રાજ.

★★★

"નવ વર્ષ"

જૂનું જશે ને નવું આવશે,
વર્ષ ખાલી બદલાઇ જાશે,
એક વધ્યું કે ઘટી ગયું,
સમજવામાં સવાર પડી જાશે.

આજ આવસે ને કાલ ભુલાઈ જાશે,
નવા સ્વપ્નનો નવો સૂરજ ઊગશે,
રાતનો અંધકાર વહી જાશે,
ફરી જિંદગી દોડતી થઈ જાશે.

ફરક શું પડ્યો?
ફરી એજ રફતાર શરૂ થઈ જાશે,
અસ્તિત્વની લડાઈ, ગરીબોની મજબૂરી,
આમની આમ રહી જાશે.

અમીરોની ખુમારી, નેતાઓની ભૂખ,
દેશને પણ ફોલી ખાશે,
મૃદુલ મન કહે છે કે ખુરશીની જંગમાં,
શહીદોની કુરબાની ભુલાઈ જાશે.

★★★

“ગરબા”

“આવી છે અંબે માત”

આવી આવી છે અંબે માત રે,
લાવી લાવી છે નોરતાની રાત,
મૉ ને જોઈ હૈયુ હરખાય રે,
આવી આવી છે નોરતાની રાત.

જાગી જાગી છે અંતરમાં આશ રે,
મૉ ગરબે રમવા આવશે....આવી.

ઉડે ઉડે છે મંડપે ગુલાલ રે,
મૉ નીકળી રમવા ચોકે...આવી.

ગુંજે ગુંજે છે તાળીઓના તાલ રે,
સખીઓ આવી રમવાને સાથ...આવી.

વાગે વાગે છે મુરલીનો નાદ રે,
કાન્હો આવે રમવાને રાસ...આવી.

ઝુકી ઝુકી કરે છે પ્રણામ રે,
મૉ મૃદુલ મનને તારશે... આવી.

★★★

"અંબે મા રમવા આવશે"

આવશે આવશે આવશે રે,
અંબે મૉ રમવા આવશે.

કુમકુમના પગલા પાડશે રે, પાડશે રે,
મારી અંબે મૉ રમવા આવશે.

ચાચરના ચોકથી ગબ્બરના ગોખથી,
મારે ઘેર રમવા આવશે રે, આવશે રે,..અંબે માઁ.

રોજ રોજ હું નવા શણગાર સજાવુ,
લાલ લાલ ચૂંદડીને ચોખા ચઢાવુ,...આવશે.

રોજ રોજ નવા ગરબા હું ગવડાવુ,
પૂજન, અર્ચન, આરતી કરાવુ...આવશે.

રોજ રોજ નવા ભોજન જમાડું,
પાનના બીડલા રોજ ધરાવુ....આવશે.

ભકતો સૌ ગરબે ધૂમવા આવશે રે, આવશે રે,
મૃદુલ મન ભક્તિમાં લાગશે,...આવશે.

★★★

"અંબે માત તમે આવોને"

મારા મનડામાં આવી બીરાજો,
ઓ અંબે માત તમે આવોને,
હે મારા મનડામાં દર્શનની આશ રે,
ઓ અંબે માત તમે આવોને......હે મારા.

મારા અંતરના ઓરડે તમરું સ્થાન રે,
એમાં આવી કરો સદાય વાસ રે,
ઓ અંબે માત તમે આવોને......હે મારા.

મારુ ચિત ચંદન હું ચઢાવુ રે,
એમા આપો શાંતિની સુવાસ રે,
ઓ અંબે માત તમે આવોને......હે મારા.

મારા મુખે જે નીકળે વાણી,
એમા હોય સદા તમારુ નામ રે,
ઓ અંબે માત તમે આવોને......હે મારા.

હું તો પોઢીને કરુ પ્રણામ રે,
કૃપા તમારી વરસાવો રે,
મૃદુલ મન રટે નામ તમારુ,
ઓ અંબે માત તમે આવોને......હે મારા.

★★★

"માઁ અંબાની સવારી"

નીકળી છે રે નીકળી છે,
માઁ અંબાની સવારી નીકળી છે,
માઁએ વાઘ પર આસન ધર્યા છે... માઁ અંબાની સવારી.

માઁએ ચુંદડી પટોળાં પહેર્યા છે,
માએ સોળે શણગાર સજ્યા છે... માઁ અંબાની સવારી.

માઁના હૃદયમાં માઁની મમતા છે,
માઁ એને વેચવા નીકળી છે... માઁ અંબાની સવારી.

માઁની આંખોમાં ધીરજ ક્ષમતા છે,
માઁ ભક્તોને આપવા નીકળી છે... માઁ અંબાની સવારી.

માઁ ચાચર ચોકમાં બિરાજે છે,
માઁ ગરબા ગાવા નીકળી છે,... માઁ અંબાની સવારી.

માઁના હાથમાં ખડગ ત્રિશુળ છે,
માઁ આરાસુર હૂણવા નીકળી છે... માઁ અંબાની સવારી.

માઁ દાસ મૃદુલ ગવરાવે છે,
માઁ એને તરવા નીકળી છે... માઁ અંબાની સવારી.

★★★

"રૂમઝૂમ નોરતા"

રૂમઝૂમ નોરતા આવશે રે, આવશે રે,
માડી પધારશે મારે આગણે રે. (૨)

ગરબાની રમઝટ જામશે રે, જામશે રે,
માડી પધારશે મારે આગણે રે. (૨)

કૃપા એની વરસાવસે રે, વરસાવ રે,
માડી પધારશે મારે આગણે રે. (૨)

રિદ્ધિ સિદ્ધિ લઈ આવશે રે, આવશે રે,
માડી પધારશે મારે આગણે રે. (૨)

કુમકુમના પગલાં પાડશે રે, પાડશે રે,
માડી પધારશે મારે આગણે રે. (૨)

ઝાંઝરિયા રૂમઝુમ રણકશે રે, રણકશે રે,
માડી પધારશે મારે આગણે રે. (૨)

મૃદુલ મન આજે ઝૂમશે રે, ઝુંમશે રે,
માડી પધારશે મારે આગણે રે. (૨)

દર્શનનો લાહ્વો માંડી આપશે રે, આપશે રે,
માડી પધારશે મારે આગણે રે. (૨)

★★★

"વાટ જોવુ તારી માડી."

માડી તારી વાટ રે જોવુ તું જલદી આવ રે,
આવજે ને અમને તારજે રે..... માડી તારી.

મારગડે ફૂલડાં ક્યાંથી વેરાવુ,
ફુલો બધા કરમાય રે....... માડી તારી.

મંદિરો સુના ને સુના તારા ધામ રે,
આખોમાં આંસુડાની ધાર રૈ...માડી તારી.

મનડુ આ મારુ હવે મૂંઝાય છે,
ધડકનમાં નથી કોઈ તાલ રે.. માડી તારી.

ચિંતાના વાદળ મનમાં ઘેરાય રે,
આંખોથી અમી વરસાવ રે... માડી તારી.

મંડપ શણગાર્યા ને બાજોઠ બીછાવ્યા,
લાવુ ક્યાંથી ભક્તોનો નાદ રે... માડી તારી.

રમવાને રાસ આ મનડુ અધીર છે,
લાવુ ક્યાંથી રાધા અને શ્યામ રે... માડી તારી.

હું અને તું એકલા આ નોરતે,
મૃદુલ મન કરે સંવાદ રે....માડી તારી.

★★★

"આવી મારી માવડી."

રૂમઝૂમ રૂમઝૂમ આવી મારી માવડી,
કંકુ ચોખાએ વધાવી રે,
હળવે હળવે ચાલે મારી માવડી,
કુમકુમ પગલા પાડે રે.

ગરબાની જ્યોત પ્રગટાવી મારી માવડી,
બ્રહ્માંડ દર્શન કરાવે રે,
આખોમાં તેજ આવ્યુ મારી માવડી,
અમી દ્રષ્ટિ વરસાવે રે.

કર જોડી હું વિનવું મારી માવડી,
કૃપા તારી વરસાવ રે,
કામધેનુ થઈ આવી મારી માવડી,
મનના મનોરથ ફળશે રે.

ગબ્બર ગોખેથી આવે મારી માવડી,
ગરબાની ધૂમ મચાવે રે,
મૃદુલ મનનો આધાર માડી માવડી,
એની નૈયા પાર લગાડે રે.

★★★

"માઁ અંબાજી રમવા આવજો"

માઁ અંબાજી રમવા આવજો મારા આંગણિયે,
મારા દિના ખુલ્લા છે દ્વાર,
આવો મારે આંગણિયે....... માઁ અંબાજી રમવા.

શ્રદ્ધાના મેં તો પુષ્પો ચઢાવ્યા,
મોતી નો પહેરાવ્યો હાર...... આવો મારે આંગણિયે.

આતમમાં તારો દીવો પ્રગટાવ્યો,
એની જ્યોતિમાં તારો પ્રકાશ,.... આવો મારે આંગણિયે.

આંખોમાં તારું તેજ અવિચળ,
એમાં છે આંસુંડાની ધાર.... આવો મારે આંગણિયે.

અરજી આ મારી સાંભળ તું માવડી,
તને જોઈ મારુ હૈયુ હરખાય.... આવો મારે આંગણિયે.

મધદરિયે મારી ડોલે છે નાવડી,
અને તું પાર લગાવ.... આવો મારે આંગણિયે.

મૃદુલ આ મનડું પડ્યું છે એકલું,
એની ધડકનમાં છે ઘભરાટ.... આવો મારે આંગણિયે.

કર જોડી હું કરી વિનંતી,
હવે કૃપા જો તારી થાય.... આવો મારે આંગણિયે.

★★★

"રમતા જાજો તમે રમતા જાજો"

રમતા જાજો તમે રમતા જાજો,
માડીનો ગરબો રમતા જાજો.

રટતા જાજો તમે રટતા જાજો,
માડીનું નામ તમે રટતા જાજો.

માડીના ગરબામાં આતમની જ્યોત છે,
જ્યોતનો પ્રકાશ તમે લેતા જાજો... માડીનો ગરબો રમતા જાજો.

માડીની છબીમાં માનું હૃદય છે,
માડીની મમતા તમે લેતા જાજો... માડીનો ગરબો રમતા જાજો.

માડીની આંખોમાં અનોખુ તેજ છે,
જીવનની જ્યોત તમે લેતા જાજો... માડીનો ગરબો રમતા જાજો.

માડીના હાથોમાં ગજબનું જોશ છે,
માડીની શક્તિ તમે લેતા જાજો... માડીનો ગરબો રમતા જાજો.

ગરબો રમવા માના ભક્તો બિરાજતા,
ભક્તિનો સ્વાદ તમે લેતા જાજો... માડીનો ગરબો રમતા જાજો.

દાસ મૃદુલ માઁના ચરણે નામી છે,
જીવનમાં શાંતિ તમે લેતા જાજો... માડીનો ગરબો રમતા જાજો.

★★★

"સિધાવો નિજધામ"

ભલે સિધાવો નિજધામ,
મૉ તારી નજરોમાં રાખજે,
કરુ હું તને પ્રણામ,
મૉ તારી નજરોમાં રાખજે... ભલે.

સંકટ મોચન બની તું રહેજે,
આશ અમારી બધી પુરી કરજે,
કૃપા તારી વરસાવ,
મૉ તારી શરણમાં રાખજે ....ભલે.

સીધો સાદો બાળ હું તારો,
તું જ મારો એક સહારો,
તારા વિના હું એકલવાયો,
સદાય રહેજે સાથ તું મારી....ભલે.

મૃદુલ મન મારુ બહું ચંચળ છે,
મોહમાયાથી એ લથપથ છે,
તારુ મુખ જોવા એ અધીર છે,
તારા દર્શનની લાગી છે એને આશ....ભલે.

★★★

"રાધા ને શ્યામ."

રંગીલો શ્યામ આવ્યો રમવાને રાસ,
ચાચરમાં આવી જોવે રાધાની વાટ.

ગોપીઓ સૌ આવી કાન્હાને કાજ,
પણ કાનુડો જોવે છે રાધાની વાટ.

પ્રેમનું પ્રતીક છે આ રાધા ને શ્યામ,
ગોપીઓ થઈ દંગ જોઈ રાધાનો થાટ.

આવી છે આજે નવ નોરતાની રાત,
રમવાને રાસ આવ્યા રાધા ને શ્યામ.

રાધાને શ્યામ જોઈ માડી હરખાય,
ગોપીઓ સૌ ગરબે ઘૂમે તાળીઓને તાલ.

ગોપીઓના મનમાં વસ્યા છે શ્યામ,
એમના મૃદુલ મન કરે ફરિયાદ.

દર્શનનો લ્હાવો માડી અમને તું આપ,
કરવી છે માડી મારે હૈયાની વાત.

હૈયુ આ મારુ હવે હેતે ઉભરાય,
આંખોમાં છે હવે આંસુડાની ધાર.

★★★

www.ingramcontent.com/pod-product-compliance
Lightning Source LLC
LaVergne TN
LVHW100405181026
850499LV00037B/609
* 9 7 8 9 3 9 4 6 0 3 3 4 9 *